NGUYEN

ELLY

THO

Lời nói đầu

Trân trọng gởi đến quý đọc giả gần xa chùm thơ phác họa đôi nét về vật, cảnh, con người, tình yêu xung quanh cuộc sống buồn vui của chúng ta.

Xin chân thành cảm ơn sự đón đọc của quý bạn

Elly Nguyễn

Jun 2018: 1st edition

ISBN - 978-1-7324671-0-1

MỤC LỤC

XUÂN SAINT LOUIS

SaintLouis chiều nay có thấy xuân chưa
Có nghe trong gió tiếng xuân gọi
Trở Lại đây sương mai nắng gội
Trở lại đi hoa chờ cỏ đợi

Để tơ lòng thổn thức bồi hồi
Đây mùa én lượn chim ca say
Đây lộc biếc mầm non mới nảy
Phố nối sắc xanh, nhuốm mọi nẻo

Nhánh cùng nhánh hát, cành cành reo
Lá xếp lá bên nụ hé trổ
Hương rắc gieo hương, hoa ngợp hoa
Ong đàn bướm nhịp nhạc ngây ngất

Dập dờn trong nắng ánh xuân bay
Ngàn vạn khúc ca giai điệu xuân

MƯA THU

Mưa thu từng hạt nhẹ vương lối nhỏ
Bay theo sắc lá muôn màu đổ xuống
Mưa như ánh biếc đọng trên mi mắt
Đem hơi thở ấm quyện trong gió mát
Trên làn da thắm mắt môi hờ hững
Hương thu rớt xuống vai buông lơ lửng
Tay mưa nâng tới với đầy tình hứa
Hãy để hồn thu áp sát thân mưa
Để đôi tim nóng len vào da lạnh
Và hãy để cho làn tóc mưa đan
Sợi ngắn sợi dài ướt gót chân son
Mưa đến mưa đi thu bỗng dỗi hờn
Nàng thu muốn đợi tình mưa lơi lả
Mưa đâu nỡ bước lên hình bóng lá
Mưa thu mây trắng như cung hoàng trắng
Mà nắng chưa về thắp ánh thu vàng
Lá cứ rơi rơi kín cả trời mơ
Muôn vạn sắc màu nhuộm dưới chân mưa

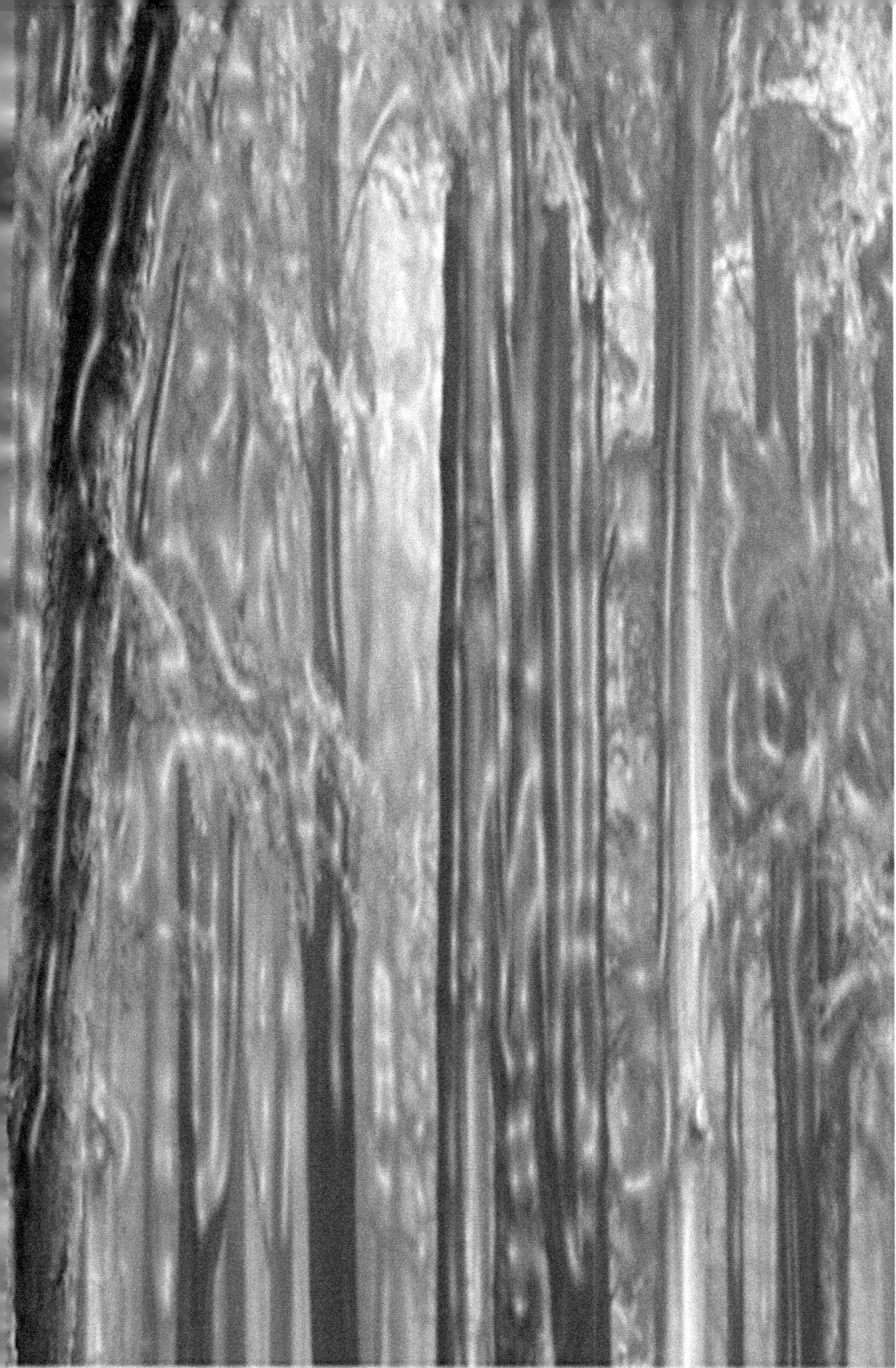

BẢO LỘC QUÊ TÔI

Đây phố núi đèo cao thác sâu
Bóng chiều in xuống cuối nương làng
Hương trà theo gió gieo trên bản
Càphê nụ trắng bông sáng ruộng ngàn
Gót ngọc đâu đây dạo phố núi
Chân xinh thấp thoáng, vui chơi xuân
Khói lam gợn nắng say tình khách
Bảo Lộc bồng lai chốn viễn du

VIỆT NAM QUÊ HƯƠNG

Chữ S Việt Nam dải đất mơ
Sinh từ thần biển, núi, sông, hồ
Mây trời bát ngát hương đồng nội
Bên cửa trăng vàng, lễ hội chơi
Nhịp sống chảy như ngàn thác réo
Hùng oanh cao tựa sóng trùng khơi
Bởi dòng máu nóng trái tim lửa
Trong triệu thịt xương hồn nước tôi

vu vơ

Gởi gió mây ngàn gởi chốn vu vơ
Một cõi hư không cát bụi lao xao
Mịt mờ sương khói phất phơ ảnh ảo
Đây đó về nghe vạn vạn hồn thơ

VẤN VƯƠNG

Tôi là một mảnh đời đơn côi
Sống cuộc bên lề với gió mây
Lớn lên bằng nỗi nhớ niềm đau
Ký ức trong tôi đành vỡ nát
Với những hơn thua cùng thật giả
Cứ thế dòng đời ra đại dương
Tôi bước trên trăm nẻo vạn hướng
Gượng tìm một lối đi trơn phẳng
Mười sáu biết gì với mộng tưởng
Vùi mặt trong ngàn việc bộn bề
Ngày nối ngày đêm, mong đợi về
Nước mắt nóng sau những trở trăn
Làm sao sưởi ấm gió đông lạnh
Miệng cổ khô từng ly rượu đắng
Ngập ngụa qua men cay khói trắng
Theo gió khói theo lên cuối ngày
Rồi gục chết trong những đọa đày
Mười tám chưa hề biết mặn nồng
Vội vã bước chân về với chồng
Ngày đi một khối tình thơ vắng
Biết sẽ đến trong cơn lửa nắng
Sao chối bỏ sau lần đã hết

Mỗi đoạn qua đi một góc chết
Gót mỏi chân đơn không thể cứu
Hồn tê máu dại đã ngừng lưu
Sóng cuộn đến cùng đáy biển sâu
Chút tàn hơi đuối làm sao dậy
Đây những ngày cùng xin thoát xác
Hay chăng hồn lạc kiếp hồn khác
Tôi là tôi hoặc chẳng là tôi
Dù ở cõi này sang cõi nọ
Vẫn mãi vấn vương một kiếp người

NHỮNG NGÀY VẮNG CHA

Những ngày bóng cha đi xa vắng
Địa cầu như thiếu ánh mặt trời
Người người sống với âm u
Mọi loài chìm xuống mịt mù tối tăm
Không gian tựa khối băng thiên thạch
Và cát vàng sa mạc lên sao
Chiều về không thấy bóng cha
Bàn chân con bước lao đao vội vàng
Mái nhà sao băng giá lạnh lùng
Trên bàn ngọn đèn lù không sáng
Bữa cơm muộn chẳng người ăn
Những ngày cha vắng mây đen phủ che
Ghế bàn buồn quạnh quê lẻ loi
Học bài chẳng ai coi người nhắc
Ngủ khuya mùng chẳng mắc giăng
Sáng mai cha vắng nhà lòng hoang mang
Con sợ sệt chạy ra xa tránh
Trên đường dòng người lấn chen nhau
Vô tình dẫm bước chân đau
Con đi đi mãi lạc đâu lạc hoài
Tìm cha trưa nắng cháy gắt gay
Một ngày dẫu một ngày cha vắng

Tho Elly Nguyen

Bơ vơ không cửa không nhà
Dường như mọi thứ rời xa tầm tay
Mắt khô lạc lõng thân lật đật
Những ngày xa bóng khuất dáng cha
Thực hư trong kiếp điêu tàn
Cha ơi! Con khát khao ân tình cha

VÁN BÀI CUỘC ĐỜI

Cuộc đời ta như ván bài chơi
Một khi đã ngồi vào guồng máy
Đâu còn lựa chọn đúng sai
Đâu ai tốt xấu để ai chê khen
Những khi dòng xoáy đến theo chiều
Bài dù dở hay đều phải đánh
Còn ai ngồi đó thở than
Hay là non chạy lưng chừng cuộc chơi
Cuộc đời con người có gì hơn
Rằng chẳng một ai quên toan tính
Biết là muốn thắng phải suy
Phải chơi đúng bước không đi dối gian
Hên xui phòng thủ sẵn một tay
Kẻo rồi phải cao bay xa chạy
Đời không chỉ một ván bài
Dù khi thấy rõ ta thua thắng người
Đừng nên thắng kiêu cười, bại nản
Thắng hay thua đơn giản bạc bài
Quân cờ phía trước chưa chia
Làm sao có được bước đi tuyệt hay

TRÊN MIỀN ỐC ĐẢO

Chiều chếnh choáng trên miền ốc đảo
Ta thả hồn hoang chốn mơ hồ
Dừng xem nước chảy hoa trôi
Ở đây mây trắng bềnh bồng xen đan
Tiên nữ nghiêng qua tán lá non
Bàn chân níu trên ngàn hoa cỏ
Dặt dìu bước thấp lên cao
Tà dương tím nhuộm ánh màu hoàng hôn
Biếc không gian biếc xuống chiều mơ
Bâng khuâng muốn hỏi người trong mộng
Đôi tay nào với tới trời
Ôm niềm thương mến ôm tròn bão giông
Nuốt trọn vào tim sóng biển khơi
Hôn lên khói, gió ghì vào lòng
Và nghe đất đá thì thầm
Để thương để nhớ đong đầy hương tình

TRÊN ĐỈNH MÙA ĐÔNG

Màn trời chiều như tỉnh như say
Đường về lạc, lối vào mờ ảo
Người xưa cảnh cũ nhạt nhòa
Nhặt vài cánh lá tìm hoa đâu thấy

Gom đựng đầy túi mấy... tình thơ
Trên đỉnh mùa đông cổ vạn sầu

THỔI LỬA

Thổi lửa trong nhà trống
Gió lùa sau ra trước
Bếp củi thì ẩm nước
Nấu mãi cơm vẫn sống

Thổi lửa cận vỉa hè
Bao diêm vơi hơn nửa
Vẫn chưa lên ngọn lửa
Chỉ khét mùi vỏ xe

Thổi lửa mãi không lên
Ống thổi đặt trật bên
Tro bụi bay ngập ngụa
Thằng nhỏ ho sặc sụa

Thổi lửa, trong mắt nó
Chỉ có lửa và bực
Thêm mấy miếng mồi to
Bếp cháy lên phừng phực

Thổi lửa nhanh ngoạn mục
Khói lơ lửng vờn quanh

Mặt nhỏ lem như mực
Áo quần đẫm mùi hanh

Thổi lửa kịp đồng hồ
Nhỏ thở phào nhẹ nhõm
Dù khai khái lôm côm
Màng sương đen loang lổ

Thổi lửa ngày hai bận
Cơm chan canh mù hóng
Tuổi nhỏ gánh cơ bần
Phong trần thay kiếp sống

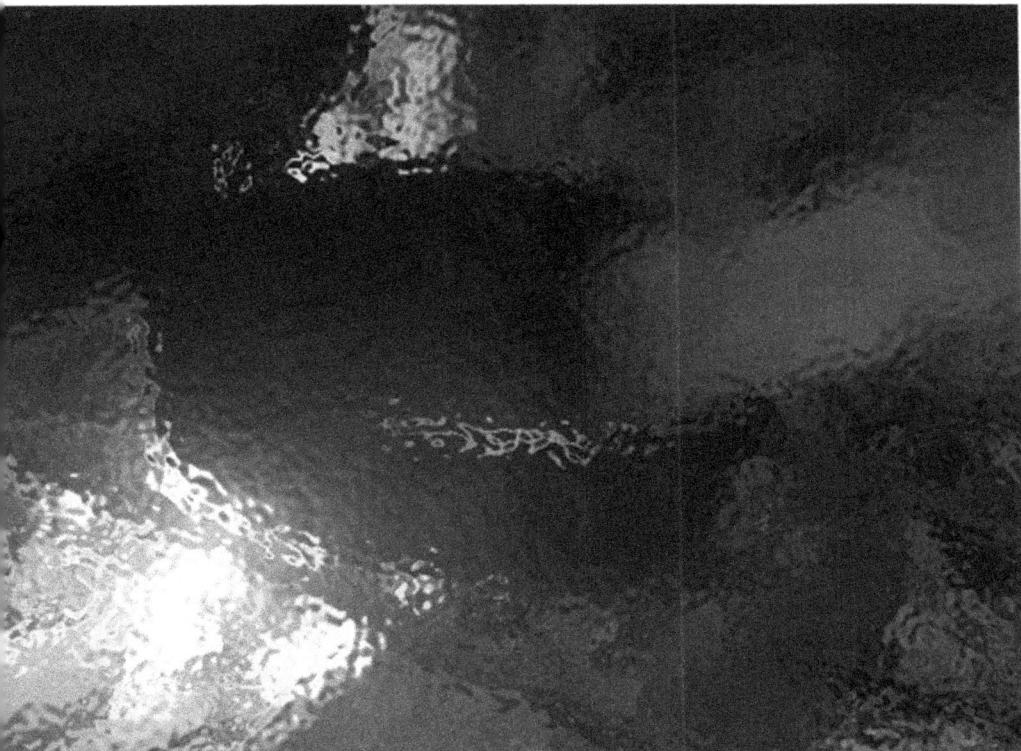

DANG DỞ

Rượu trần chưa uống đã say
Thêm nữa đi thêm chén nữa
Đất với trời say nghiêng ngả
Để ta cạn mối tình si

Uống đi nào uống nữa đi
Chút mật đắng trên đầu lưỡi
Chất chứa đầy hương vị muối
Mai rồi xa đoạn ly sầu

Từng giọt buồn rơi đêm thấu
Khối tình xin kín trong hồn
Dâng cao lên sóng bềnh bồng
Cho lửa lòng ngùn ngụt cháy

Đốt hết, chẳng còn mai nữa
Vạn vật đã như tan biến
Còn đây nửa trái tim điên
Đến đi mặc kệ tơ trời

Cung đàn lỗi nhịp chơi vơi
Lỗi nhịp cung đàn chới với

GIẬN BA MẸ

Vẫn tóc, mắt và dáng nhỏ lúc xưa
Như khi bé bỏng con là mệnh sống
Từng bước chân đi chập chững ngã đau
Bàn tay ba mẹ đỡ nâng vững bước
Rồi một ngày con khôn lớn lẹ mau
Biết nhiều, giỏi việc hơn ba mẹ trước
Ba mẹ bây giờ tụt lại phía sau
Từ khi con bỏ học không đến lớp
Mỗi lúc mỗi như đã lạc mất nhau
Đời đã bắt đầu với một số không
Giang đôi cánh mỏng con bay khắp nẻo
Mải miết phiêu lưu kiếp sống lông bông
Không còn ký ức những ngày xưa nhỏ
Cũng chẳng thiết gì nhà cửa gia đình
Sáng con đi, tối khi con về đến
Cả khối nặng nề ngập kín thân hình
Bây giờ giọng nói vang như sắc lệnh
Con biết không từ đã rất lâu qua
Nước mắt mẹ ba không đủ để rơi
Thôi , con muốn những gì con cứ nhá
Sống đâu tùy thích nghĩ suy tìm tới

Miễn sao cảm thấy được theo như ý
Đừng lặng im lòng rồi sẽ nát tan
Cuộc sống dù còn phật ý điều gì
Được mất là vì phần số chẳng đâu
Biết rằng chẳng muốn nghe nhìn đi nữa
Xin hãy dành vì một chút tình sâu
Cùng nhau nói chuyện với lời sẽ hứa
Con yêu! Có biết lúc con say giấc
Là phút giây tương phùng hội ngộ rồi
Kẻ trong mộng điệp kẻ ngoài đời thật
Phút Linh thiêng buộc tình thân kết nối
Khi ngủ nhìn con khờ dại ngô ngây
Vì bởi con yêu bé bỏng mà thôi
Và trên tất cả máu là mạch máu
Làm sao chảy đến được tình ba mẹ
Con yêu! Đừng giận mẹ ba nữa nhé!
Ba mẹ vẫn luôn đợi nhé! Con yêu!

CÂU CÁ ĐÊM TRĂNG

Cá câu ven sông nước lập lờ
Bên bờ khói bay bay lần lượt
Mặt hồ sóng vỗ lặng ngay
Bia khui rượu nhấp nhạc say dập dồn

Vui vui lắm và cười lắm lắm
Cá quẫy theo nước cắn cần lôi
Lên đây cá, bếp lửa sôi
Rượu thơm cá nóng ta mời trăng già

Hai ta bóng mát ngà một giấc
Say rồi ta tưởng cưỡi chơi trăng
Lội hồ tìm suối cá vàng
Ta thèm uống cạn mấy nàng cá tiên

Muốn đem hồn thơ dệt đêm trăng
Sao rượu hết nhạc tàn đàn hỏng
Trăng còn đó nữa hay không
Hay trăng đành để lòng mong nhớ lòng

CHƠI CỜ

Bàn cờ đủ hình, bài đã xếp
Bên xanh bên đỏ hệt như nhau
Anh lên tốt trước, tôi sau
Đợi chờ khi tốt qua sông thành xe
Nếu tôi xuống anh liền lên mã
Tôi sẽ phòng pháo thả hai nơi
Xe anh sao chạy qua khỏi
Phía trên hàng tốt vẫn còn bốn cây
Nên tôi sẽ chơi đường zac zich
Anh thích nhanh hay thích chậm theo
Vậy thì cứ thế mà leo
Ngựa phi pháo nhảy để xe chặn đầu
Rót rỉa đã tay còn mỗi tốt
Qua sông bây giờ tốt lên hương
Lòng dòng dũng khí quẩn quanh
Tướng theo sĩ tượng dọc ngang cấm thành
Tốt đỏ tốt đen đành chủ động
Hốt cốt nhanh gọn tượng sĩ xong
Sức tàn lực kiệt chấn thương
Bàn cờ còn lại hai vương tướng già

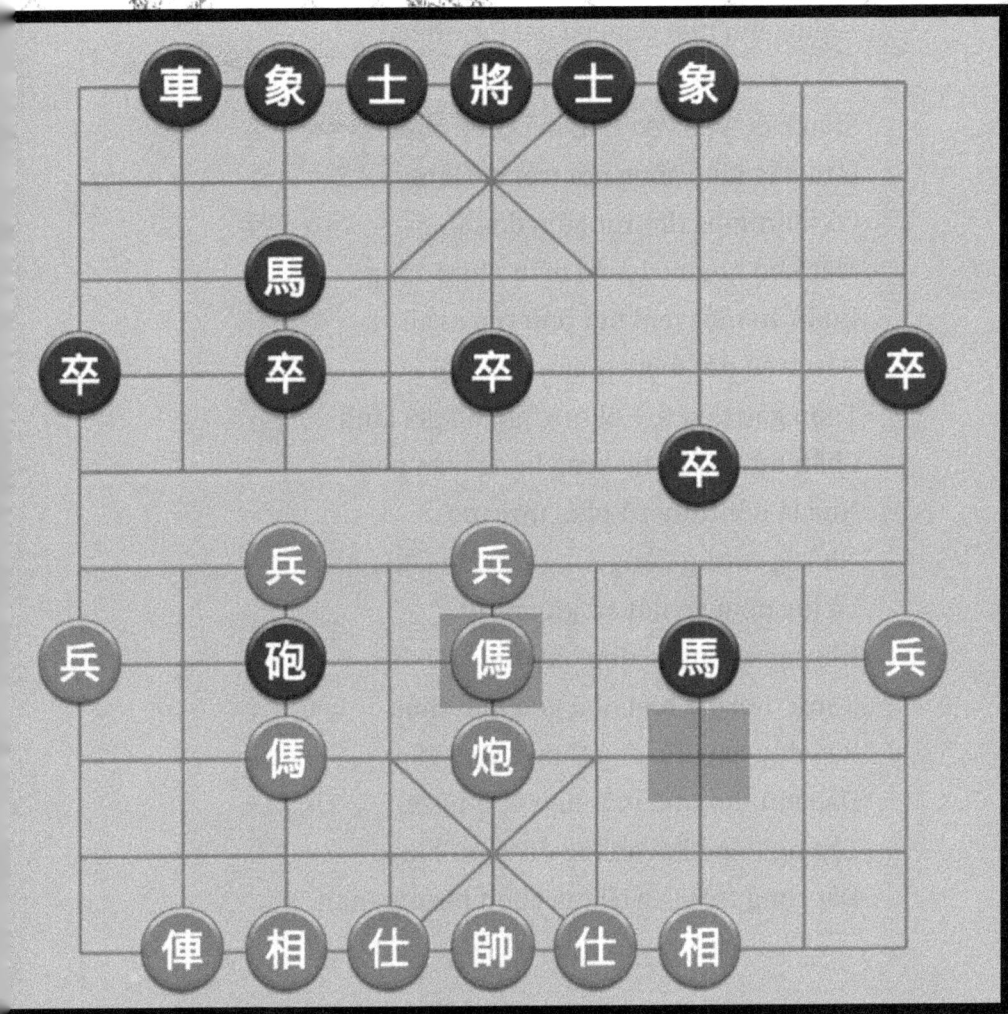

XÓM NGHÈO

Xa xa bên mấy dãy nhà cao ốc
Hoang tàn một đám cỏ lau lúc nhúc
Vài mươi cái gọi là nhà ổ chuột
Xiêu xiêu vẹo vẹo tạm mà chen chúc
Đâu đây kiếp sống nổi trôi lạc lỏng
Có những bé thơ tóc sám da sần
Mắt khô hoang dại úa màu nhựa sống
Quần áo mốc lem bụi phủ rêu xanh
Hằn trên nét mặt cơ hàn một nỗi
Thân gầy tiều tụy phong phanh giá lạnh
Chân nứt tay sưng lưng bụng trần phơi
Nhà lá dột thưa có phải ước mơ
Những tưởng đông sang tựa ấm cho nhau
Và lúc đêm về bớt sợ gió mưa
Nhưng nay nắng đẹp bán mua đã đủ
Đành thôi giã biệt nhà yêu một thủa
Rày đây mai đó lang thang đếm vận
Đàn em thơ nhỏ mắt ngơ ngơ ngác
Lập nghiệp khai hoang đã có từ lâu
Đất rộng trời cao chẳng chốn nương than

TAN VỠ

Xuân hạ thu đông mùa đã hết
Người vẫn cứ nơi miền viễn biệt
Cho người ở lại nặng lời thề
Đâu đây gió lạnh sớm tràn về
Se sắt cõi lòng kẻ đợi mong
Đây những ngày chơ vơ lạc lõng
Nào đau tình hỡi thắt tim đen
Để cô đơn vẫn cứ từng đêm
Vào giấc ngủ tìm gặm tâm can
Gặm cả xương da trí não ta
Tế bào ta máu vỡ tràn trào
Từng hơi thở đứt nhịp sâu loạn
Hồn có rỉ rên lòng chẳng gợn
Tình dẫu bạc đời không héo mòn
Cười lên để lấp khoảng tình đơn
Lấp cho vơi những giả hình nhân
Một mảnh vụn tình nửa bụi trần
Liệm xuống tuyền đài theo khói nhang
Xua tan ưu uất trên môi cười
Nhân tình thế thái! Cười lên hỡi!

CHIỀU TRÊN NON CAO

Chiều trên dãy non cao ngày ấy
Mây trôi trôi nhẹ gió lay hương
Non cao nắng nhạt chiều buông
Xa xa nơi phía chân lưng đồi xanh
Ven triền dốc đôi hàng cây cổ
Bên lũy tre làng cuối vườn cau
Màu trời ảo ảo như say
Chiều hôm đốt lá khói bay đầy vơi
đàn ai tiếng buông lơi đâu đó
Chênh vênh trăng treo, suối nhạc reo
Giọng ca lời hát trong veo
Nhịp bên ánh lửa sau bao chiều lên
Đêm về hương thiên lý vấn vương
Hay mùi dạ lan hương trên tóc
Theo làn gió rối sương rơi
Đọng trên môi mắt ngát nồng men say

TIẾC HOA

Sao đành lòng để nhan tàn sắc nhạt
Sao nỡ để làn da thắm má hồng
Phai sắc hương vì sương gió bụi đường
Đành lòng nào để hàng mi rung khẽ

Dưới đôi mắt biếc long lanh ngấn lệ
Nét cười duyên với đóa môi xinh xắn
Và sống mũi cao gợn sóng lăn tăn
Sẽ héo úa không còn quyến rũ gì

Sao đành mất nét đẹp tình si nhỉ!
Giữ sao giữ được mà không để mất
Vẻ đẹp diễm kiều của một giai nhân
Để thế nhân lưu luyến cõi trần đây

TIỄN BIỆT

Từng cơn mưa lất phất u buồn
Mưa như giọt lệ chốn âm u
Như tiếng nhạc ru vọng giấc thu
Đưa tiễn sinh linh về viễn khuất

Hồn thở cùng hơi khi vướng vất
Là lúc người đi vời vợi nhớ
Người về gói trọn khối tình vỡ
Làm sao có thể nuốt thương đau

Nhẫn cưới hôm nào trao vẫn đây
Lời hứa kiếp phu thê mới thề
Âm dương nay cách đường ly biệt
Sợi tình đứt khúc mãi phôi phai

Theo dòng ký ức vào thiên thai

NIỆM MÙA HÈ

Một sáng ngày hè nắng vàng hoe
Người ấy bước chân về lối cũ
Hàng cây yên đứng lặng như
Thì thầm trong gió vi vu lạnh lùng
Dừng đây xóm ngõ, đường quạnh quẽ
Đâu rồi hương ngọt, vị cỏ cây
Dư âm vài tiếng vọng vang
Ở nơi đâu đó xa xa nương làng
Người đi đi nữa, nắng trải dài
Từng vũng nắng vũng mây thân thiết
Ẩn trong lòng gió buồn nghe
Ve sầu hát nhạc gọi hè miên man

Ngũ Sắc Sương Mai

Bình minh ló dạng
Mùi hương sắc dậy
Da trời xanh ngắt
Lớp màng trong vắt

Bàng bạc ánh vàng
Bên dưới nhẹ tan
Từng giọt vỡ tràn
Muôn ngàn vạn tía

Mây hồng lãng đãng
Xa bay mấy áng
Bồng bềnh trên dãy
Cành lá non xanh

Cỏ cây đưa đón
Nhịp theo gió mới
Tiếng đàn ai đó
Dâng cao chới với

Thánh thót oanh vàng
Nhạc khẽ trầm bổng

Thơ Elly Nguyen

Chim chóc từng đàn
Đáp xuống lòng đường

Thềm dưới ríu ra
Khúc ca du hưởng
Bên mấy hiên nhà
Bướm bay lờ lửng

Nắng mới ngập tràn
Trên khắp ngàn hoa

Ngập Ngừng

Lá đổ chiều hôm cây lặng ngưng
Thướt tha dáng liễu nước hồ trong
Mặt trời in bóng ánh dương xuống
Lữ thứ cô liêu bước ngập ngừng

VIẾNG MỘ

Nén nhang tàn thắp trên phần bia
Giọt lệ buồn rơi thấm ướt da
Đã hết rồi thiên thai chốn ấy
Giờ đây ngã rẽ cắt chia hai
Nửa thương nhớ kính trong tiềm thức
Và nửa chôn sâu dưới địa da
Tìm ở đâu cho thấy mẹ cha
Người đi rồi, thế kỷ phôi pha

Tình Chúa yêu con

Con chắp đôi tay nơi giáo đường
Nghe tiếng kinh chiều vang ước vọng

Trên cao nơi thánh giá thương đau
Đôi môi con khẽ rung lời nguyện
Con biết chúa cao sang nhiệm mầu
Biết chúa thương yêu con thật nhiều
Lòng con khao khát hướng về ngài
Trên hình hài những vết roi, đinh
Vì tội lỗi nhân trần trái sai
Người chịu bao đau đớn cực hình
Để cho tất cả được tha lỗi
Ơn người tuôn đổ xuống như mưa
Chúa biết chúng con là yếu đuối
Người vẫn luôn quan phòng thiết tha
Tình người tràn chảy suối nguồn thiêng
Mọi nơi mọi lúc con mang lấy
Ngày mỗi ngày con hằng ngước trông
Trong mỗi chặng đường mỗi phút giây
Trên đôi tay nhỏ bé con đây
Xin người dìu dắt bước con đi
Trần thế dù mưa bão gió mây

Con vẫn vững tâm bên cạnh người
Trong tình yêu chúa con xin dâng
Tiếng an vui ngập tràn đầy vơi

TÌNH MẸ MARIA

Như ánh lửa khi trời đêm tối
Như mặt trời rực rỡ ban mai
Muôn ngàn tia sáng chiếu soi
Mẹ Maria quyền thế ánh ngời hào quang
Vạn sắc hương kính cẩn xoay quanh
Và triệu triệu câu ca lời nguyện
Lòng thành với ý niệm riêng
Chúng con dâng mẹ ngôi trên uy nghi
Trần thế ai lòng quý sùng người
Hãy đến dưới chân người quỳ gối
Thực tâm sám hối tội tình
Người ban ân phước yên bình an lành
Ngày qua khỏi gian nan khó hiểm
Thần khí từ tay mẹ truyền ban
Tựa nguồn sức mạnh tâm can
Cho lòng ta biết nẻo ngay đường về
Tránh tà đạo u mê lạc lối
Và nâng hồn lên tới thiên nhan
Sống yêu thương với tha nhân
Trong lòng từ ái hải hà người ban

HỌC ANH VĂN

Chiều xuống khi cơn ngủ đến theo
Là khi mắt với tai lèo nhèo
Những thanh âm dặt dìu seo réo
Và khúc nấu ca nhạt tẻ, ESL
Một cõi nhớ chìm trong lặng lẽ
Sau bao suy tính với gieo neo
Ngày từng ngày chẳng thiết tha học
Máy tính vẫn ghì, hồn thả theo

GẶP MẸ

Thuở bé khi còn nhỏ khạo khờ
Tóc măng mắt dại môi vui cười
Trái tim ấp ủ ngàn muôn ánh
Đâu hỡi vòng tay ấm, cõi mờ
Hồn muộn phiêu linh mắt lệ ngỡ
Mộng đêm thức giấc nghe trong mơ
Bóng người về khuất che đêm tối
Rồi vụt tan khi chợt đến giờ

ĐÔNG ĐẾN

Đông đã đến bên mành cửa thưa
Từng cơn gió lạnh sắt se đưa
Nắng vàng nhạt điểm lá khô gãy
Tia ấm ùa về cây, vỏ, thân
Cánh cửa đóng lâu rèm sáng trắng
Đường về sương phủ áo ngời xanh
Ráng chiều ẩn ánh bóng trăng khuyết
Cảnh sắc một màu pha tuyết băng

ÂN NGHĨA

Đôi khi ta lạnh nhạt thờ ơ
Quá nửa đời khi tuổi đã qua
Ta chợt hé nhìn ra cánh cửa
Mà lòng vốn đã khép từ lâu

Từ đôi tay võ vàng gầy guộc
Nâng bát cơm run run nghẹn ngào
Trong tiếng gió mưa lệ ứa trào
Mắt nhăn vì khói cay tàn lửa

Nhọc nhằn vất vả lo từng bữa
Đi đến những hang cùng ngõ ngách
Lượm nhặt chắt chiu từng lẻ bạc
Trải thân với nắng gió mưa dầm

Dưỡng nuôi ta học hành thành nhân
Ơn những người cha nuôi mẹ nuôi
Những chị em anh em tựa ruột
Vì tình nghĩa trước sau là một

Lòng sao trắng quá, sáng ngời ngời
Không đố ky suy nghĩ nhẹ nặng

Thơ Elly Nguyen

Chẳng lợi lộc không màng vọng danh
Đã thương thương đủ nghĩa đầy tình
Cho ta được một lần sanh sinh

Mà có mặt trong cuộc sống này
Bởi thế nên ta phải sống hay
Đáp đền lại những tấm lòng vàng

Để hương thơm mãi lưu gian trần
Rồi một mai khi ta chẳng còn
Đời sẽ còn vương vương nhớ nhớ
Hồn vui phảng phất với ngàn sau

VAY TRẢ

Nợ trần vay trả trả vay
Nợ trần chưa trả biết ai trả ai

TÌNH SÔNG BIỂN NƯỚC

Dòng sông cứ trôi, trôi xa mãi
Mặt sóng êm vẫn lặng lờ êm
Theo dòng nước đến ngày đêm
Từ đâu nước chảy về bên sông sâu
Từ đâu biển dẫn về nguồn cội
Ai đó đừng hỏi nước đi đâu
Biển khơi trùng sóng bao la
Vẫn luôn đong đựng đậm đà tình riêng
Những hạt nước lặng yên kết tủa
Theo đại dương từ thủa hàn huyên
Biển sông yêu nước nên duyên
Thề trời hứa đất tình yêu cao vời
Tình một khối chung lời nguyện ước
Ai đem chia giọt nước làm đôi
Ai ngăn tình nước, biển, sông
Sông khô biển cạn chỉ còn sáng chiều
Trái đất sẽ hoang liêu sa mạc
Sự sống mơ hồ dấu chấm than
Tình ơi! Sầu khổ ly tan
Rồi đây vạn vật điêu tàn xa lìa
Xin đừng xẻ đừng chia giọt nước
Đừng để tình trôi ngược dòng đời

Tho Elly Nguyen

Nước còn sông biển sẽ còn
Tình sông biển nước còn nguồn sống vui

THƯ GỞI MẸ

Con biết thư không đến bao giờ
Vì mẹ chẳng còn trên đời nữa
Nhưng con vẫn viết lên đây
Nỗi lòng da diết nhớ thương không nguôi
Từng hơi thở nghẹn trong mắt lệ
Đâu rồi vòng tay mẹ ấm êm
Những khi giá lạnh trời đêm
Thân côi đơn chiếc lẻ loi dặm trường
Còn đâu đâu nữa những trưa hè
Mẹ mang bóng mát che dịu dàng
Để con say giấc ngọt ngào
Trên đôi vai dựa êm đềm thần tiên
Đưa con tới cõi miền thiên cảnh
Nay còn đâu đâu nữa những ngày
Chỉ còn di ảnh mẹ đây
Là nguồn sự sống mỗi ngày bên con

Phù Vân

Ngẩng mặt lên nhìn chỉ thấy trời
Sấp tai sát xuống nghe mà suy
Bước lên phía trước, đạp chân dễ
Ngồi trách lưng sau không mắt mi
Dù có hai vai liền với cổ
Vẫn không một ý giữ đầu ngay
Miệng thường bảo bụng cổ cằm cấn
Mấy kiếp phù vân lạc nẻo về

sóng xô

Trời đêm gió mát trăng thanh
Thuyền ai lướt sóng dưới vầng trăng non
Một ngày chân bước xa rời
Dạt trôi theo biển đùa chơi sóng triều

Thuyền xuôi tới bến cửa tàu
Đủ nhìn thấy cảnh nhân trần điêu tàn
Người người nhếch nhác ốm đau
Nỗi nghèo lộ đến dung nhan bên ngoài

Thân sao xương xẩu tạ tàn
Áo quần xuyên thấu da làn thịt phơi
Vài ba bộ áo tả tơi
Nhìn vô như thấy cả trời cơ hàn

Chìm trong bể ải trầm luân
Long đong những cảnh bần hàn oan khiên
Lao đao một chuỗi xích xiềng
Sống đời nhem nhuốc triền miên đắng cay

Vợ chồng cực khổ bó tay
Bon chen nuốt nhục áo cơm gạo tiền

Tho Elly Nguyen

Là điều đổi biến mau liền
Quanh năm suốt tháng quen điều phàm phu

Đây cùng tận kiếp phù du
Còn đâu hai trái tim vui tình vàng
Còn đâu nữ tú nam thanh
Còn đây vụn vỡ mà đau xót lòng

Vì đây ca khúc bi trường
Của loài tên gọi bình thường, thiêu thân

KHẮC KHOẢI

Có những khi tâm hồn trống trải
Là lúc con tim nghe nhói đau
Như tia lửa chợt xoáy vào sâu
Và gan ruột tự đâu tan nát

Và chí vươn lên bỗng rụi cháy
Dù biết một mai là bụi than
Vẫn cần đến một ít thương thân
Dẫu rằng đâu cũng là như thế

Góc biển chân trời bao nhiêu khê
Khóe mắt nào hằn sâu nếp nhăn
Giữa đôi mày nhíu chia thành rãnh
Trên từng thớ thịt sợi gân xanh

Hằn rõ vết lem khoảnh khắc tràn
Bởi tất cả trôi trong quá vãng
Mỗi suy nghĩ rõ ẩn mờ hiện
Mãi là dấu tích thời tôi luyện

TẬP XE

Mùa hè xe tập trên đường làng
Bảng đèn có đó thắng không nhanh
Xế sau xế trước chạy xen lấn
Xanh đỏ vàng ba màu trắng phau
Là lúc mắt nhìn trưa chói nắng
Lúc tai nghe rõ hiệu còi ngăn
Là khi sếp tự biết tìm đến
Kí tên giấy phạt cái xe tàng

Vô Cảm

Đừng hỏi vì sao, tại vì sao
Tôi không muốn nghe lời người nói
Xin người hãy cứ làm ngơ
Tôi vô cảm lắm tôi không hiểu đâu
Một sáng khi thức giấc muộn màng
Người sẽ chẳng vội vàng cuốn theo
Thì con tim chớ âu sầu
Tôi yêu người một sớm ngày mai thôi
Đâu có nghĩa tình tôi say đắm
Và con tim khi đã phôi pha
Thì thêm chút nữa chẳng qua
Cho tình yêu ít giá băng lạnh lùng

CHUYỆN CHIẾC GƯƠNG

Tôi kể người nghe tích cổ
Chuyện vui về một chiếc gương
Ẩn sâu bên cạnh góc tường
Chẳng một ai màng đến ngó

Đời vốn lạc loài kiếp bỏ
Bởi vì thân nứt nhiều nơi
Nên đành chịu phận lẻ loi
Sau một tấm rèm phủ nhẹ

Nắng chiếu thường ngày thỏ thẻ
Mặt gương trắng sáng đẹp đều
Qua vài lớp bọc vàng đen
Đôi chỗ ẩn bằng ngọc quý

Vì thuộc hàng đồ cổ hiếm
Nên khi được phát hiện ra
Người treo cẩn trọng trong nhà
Đôi lúc nhìn vô soi ngắm

Dù đứng nơi đâu cũng thấy
Mặt đều bị xẻ mấy đường

Bởi lằn rạn vỡ của gương
Hình đủ vuông, tròn, nhọn, méo

Vì khó nhìn vào một điểm
Người bèn vẽ kết đường viền
Chung nhưng vẫn tách biệt riêng
Trong một khung hình tổng thể

Tạo được cách nhìn riêng biệt
Gương nay giá trị vô song
Nhờ người hiểu biết hanh thông
Qua một tuyệt chiêu điêu luyện

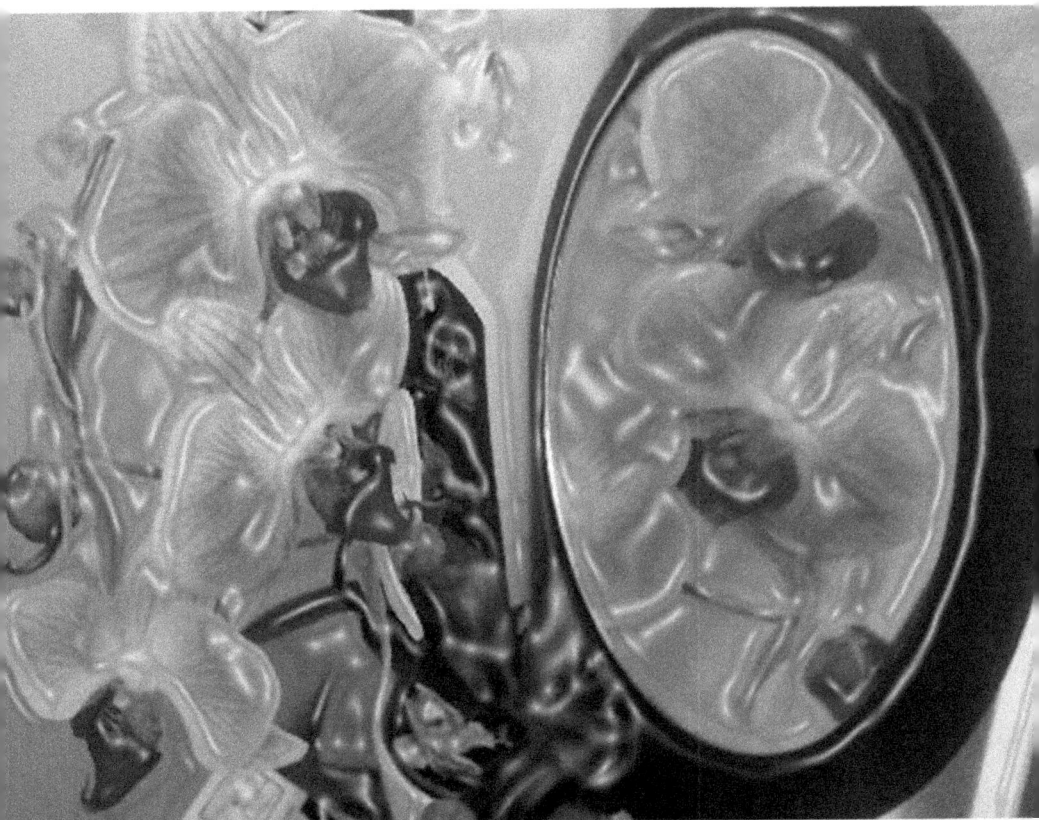

THU LY BIỆT

Tôi vẫn sợ mùa thu lại đến
Khi lòng chưa muốn có thu về
Sợ cơn gió xạt xào ngoài ngỏ
Lay động giấc vàng chiếc lá non
Sợ sương khuya lặng khóc trong đêm
Sẽ làm lá ướt lá đau thêm
Nắng mai trải nhẹ lên ngàn lá
Ánh vàng rơi xuống sắc vàng úa
Khe khẽ nghiêng qua mấy kẽ nhánh
Tiếng rơi rụng xuống xa lìa cành
Man mác trời mây gió hắt hiu
Hồn thu tê tái chiều ly biệt

Sách Tho Elly Nguyen có bán tại Amazon, Barnes &Noble, Lulu, Ebay...

- Print books are available in Black &White and Color.

- Ebooks are also available.

For more information:
- Email: THLONG105@YAHOO.COM

www.ingramcontent.com/pod-product-compliance
Lightning Source LLC
Chambersburg PA
CBHW060137050426
42448CB00010B/2173